Impressum
Verlag: BABADADA GmbH, Nedderfeld 112 , 22529 Hamburg
Geschäftsführer / Verlagsleitung: Harald Hof
Druck: Books on Demand GmbH, In de Tarpen 42, 22848 Norderstedt

Imprint
Publisher: BABADADA GmbH, Nedderfeld 112 , 22529 Hamburg, Germany
Managing Director / Publishing direction: Harald Hof
Print: Books on Demand GmbH, In de Tarpen 42, 22848 Norderstedt, Germany

trường học

school

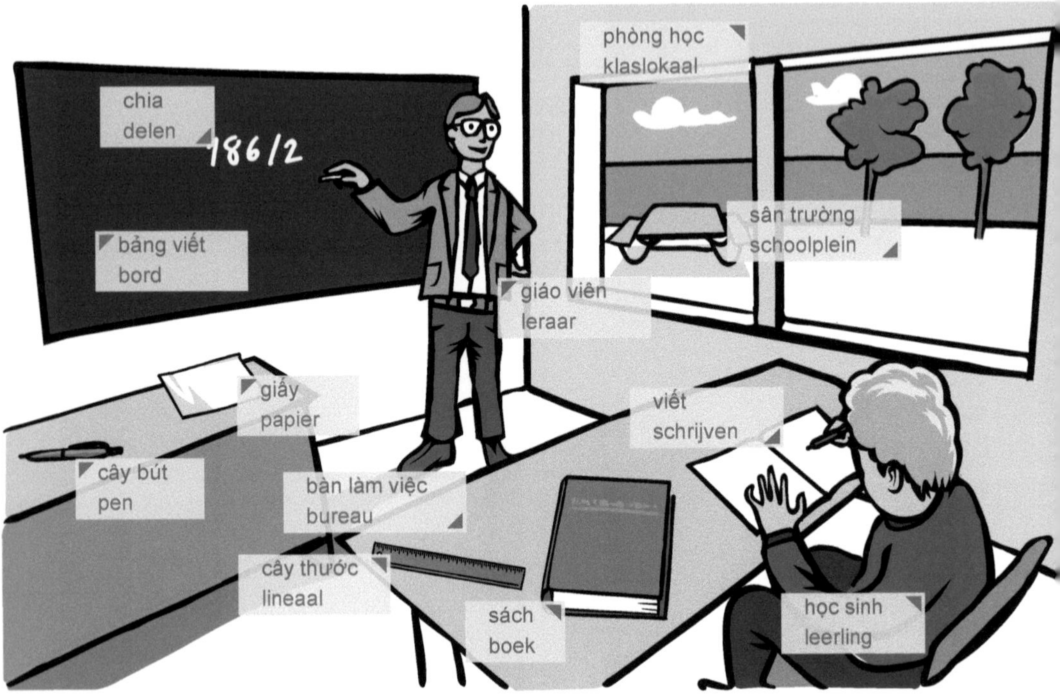

phòng học
klaslokaal
chia
delen
186/2
bảng viết
bord
sân trường
schoolplein
giáo viên
leraar
giấy
papier
viết
schrijven
cây bút
pen
bàn làm việc
bureau
cây thước
lineaal
sách
boek
học sinh
leerling

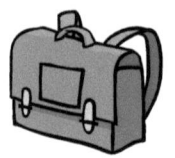

cặp đeo vai học sinh

schooltas

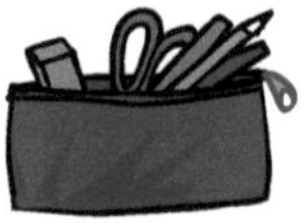

hộp đựng bút

etui

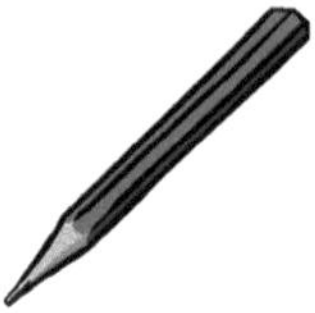

bút chì

potlood

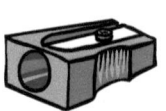

cái gọt bút chì

puntenslijper

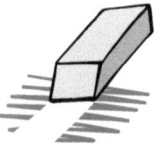

cục tẩy

gum

tập giấy vẽ

schetsblok

bản vẽ

tekening

cọ vẽ

penseel

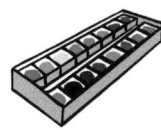

hộp mực vẽ

verfdoos

cây kéo

schaar

keo dán

lijm

sách bài tập

schrift

bài tập ở nhà

huiswerk

12

số

getal

2+2

cộng

optellen

5-2

trừ

aftrekken

2×2

nhân

vermenigvuldigen

tính toán

rekenen

chữ cái

letter

ABCDEFG HIJKLMN OPQRSTU VWXYZ

bảng chữ cái

alfabet

hello

từ

woord

văn bản

tekst

đọc

lezen

phấn viết

krijt

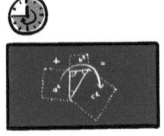

bài học

les

sổ lớp

klassenboek

thi kiểm tra

examen

chứng chỉ

diploma

đồng phục học sinh

schooluniform

giáo dục

opleiding

từ điển bách khoa

encyclopedie

đại học

universiteit

kính hiển vi

microscoop

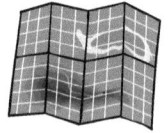

bản đồ

kaart

thùng rác giấy

prullenmand

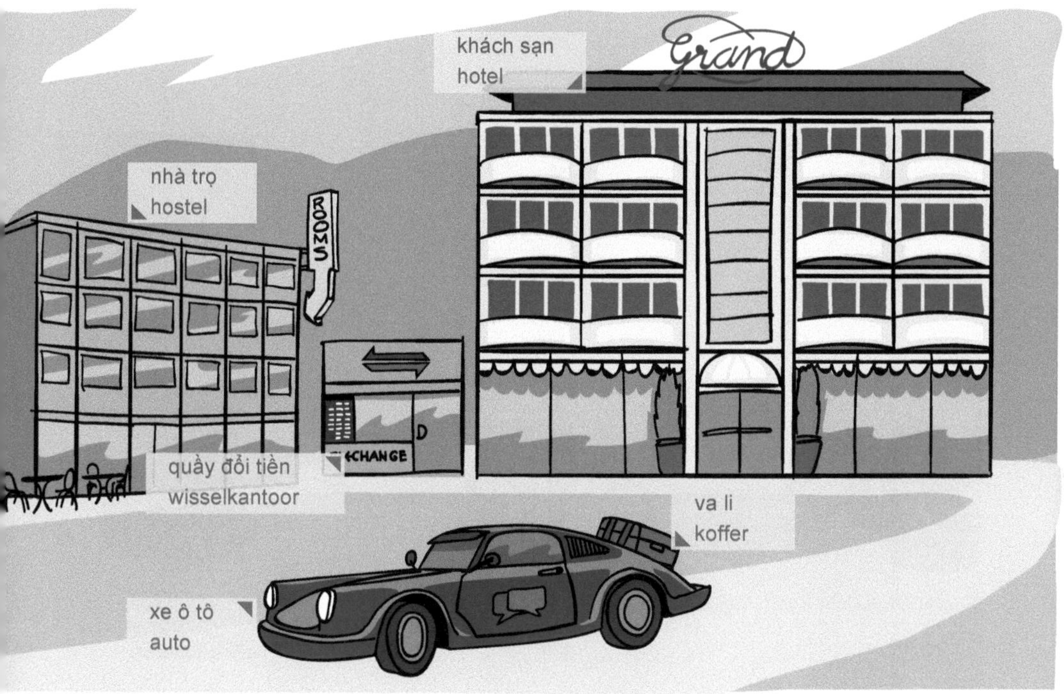
khách sạn
hotel
Grand
nhà trọ
hostel
ROOMS
EXCHANGE
quầy đổi tiền
wisselkantoor
va li
koffer
xe ô tô
auto

ngôn ngữ

taal

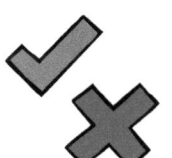

có / không

ja / nee

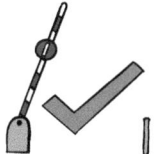

ô kê

oké

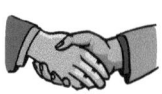

Xin chào

Hallo!

thông dịch viên

tolk

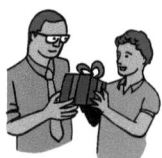

cám ơn

Bedankt.

... bao nhiêu tiều?

Wat kost ...?

tôi không hiểu

Ik begrijp het niet.

vấn đề

probleem

Xin chào! (buổi tối)

Goedenavond!

xin chào! (buổi sáng)

Goedemorgen!

chúc ngủ ngon!

Goedenacht!

tạm biệt

Tot ziens!

hướng đi

richting

hành lý

bagage

túi xách

tas

túi ba lô

rugzak

khách

gast

phòng

kamer

túi ngủ

slaapzak

lều

tent

thông tin du lịch

VVV-kantoor

bãi biển

strand

thẻ tín dụng

creditkaart

ăn sáng

ontbijt

ăn trưa

lunch

ăn tối

diner

vé xe

kaartje

thang máy

lift

tem bưu điện

postzegel

biên giới

grens

hải quan

douane

đại sứ quán

ambassade

thị thực

visum

hộ chiếu

paspoort

vận chuyển

transport

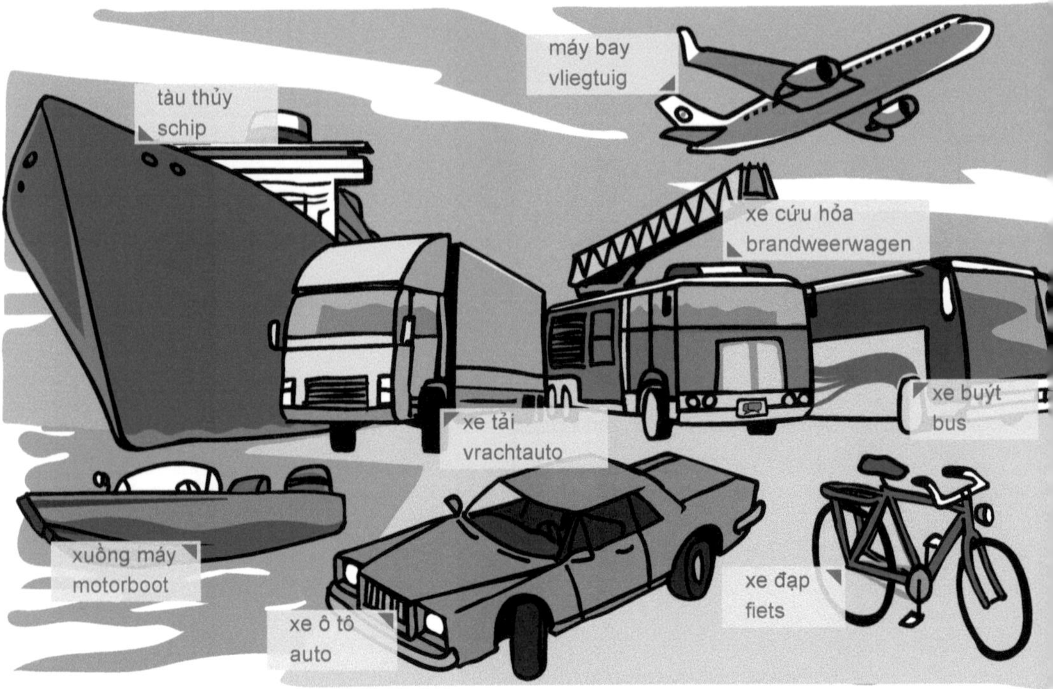
máy bay
vliegtuig
tàu thủy
schip
xe cứu hỏa
brandweerwagen
xe buýt
bus
xe tải
vrachtauto
xuồng máy
motorboot
xe đạp
fiets
xe ô tô
auto

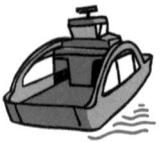

phà

veerboot

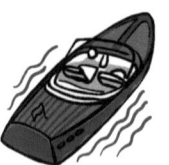

xuồng

boot

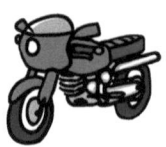

xe máy

motorfiets

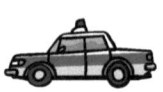

xe cảnh sát

politiewagen

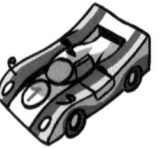

xe đua

raceauto

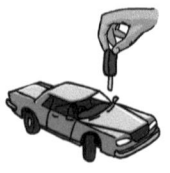

xe cho thuê

huurauto

dịch vụ thuê xe tự lái

carsharing

xe kéo cứu hộ

takelwagen

xe rác

vuilniswagen

động cơ

motor

xăng

benzine

trạm xăng

benzinepomp

biển báo giao thông

verkeersbord

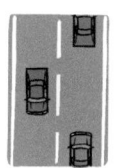

giao thông

verkeer

ách tắc giao thông

file

bãi đậu xe

parkeerplaats

nhà ga

station

đường ray

rails

xe lửa

trein

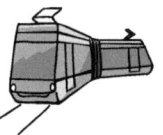

tàu điện

tram

toa xe

wagon

máy bay trực thăng

helikopter

sân bay

luchthaven

tháp

toren

hành khách

passagier

côngtenơ

container

thùng các-tông

verhuisdoos

xe đẩy

kar

cái giỏ

mand

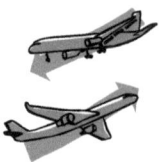

cất cánh / hạ cánh

opstijgen / landen

thành phố
stad

làng

dorp

trung tâm thành phố

stadscentrum

nhà

huis

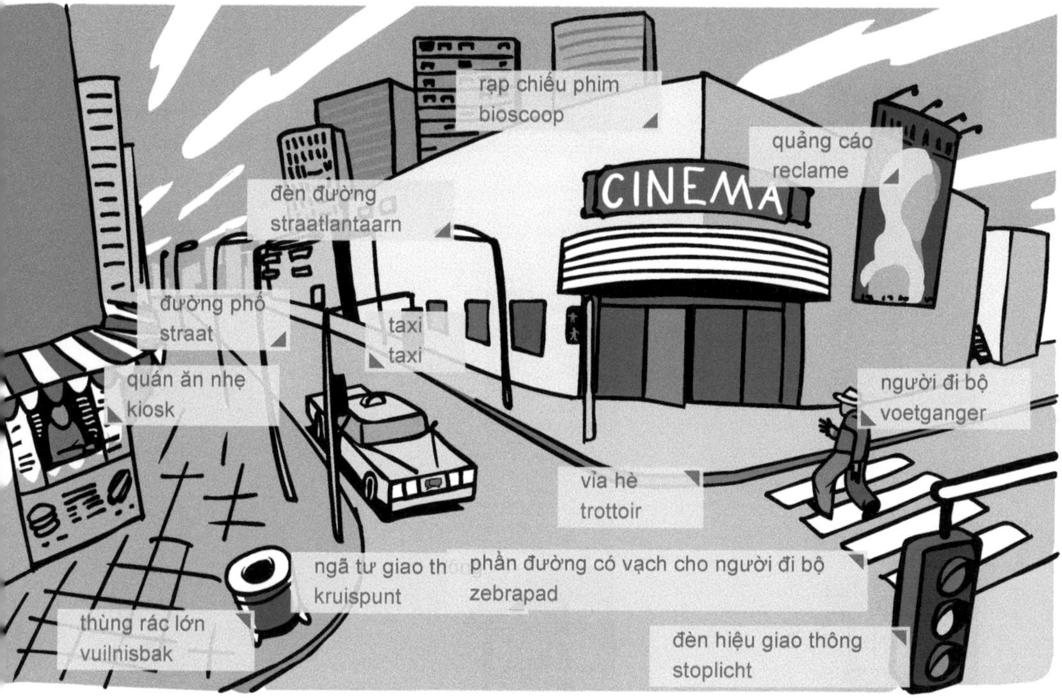
rạp chiếu phim
bioscoop
quảng cáo
reclame
CINEMA
đèn đường
straatlantaarn
đường phố
straat
taxi
taxi
quán ăn nhẹ
kiosk
người đi bộ
voetganger
vỉa hè
trottoir
ngã tư giao th
kruispunt
phần đường có vạch cho người đi bộ
zebrapad
thùng rác lớn
vuilnisbak
đèn hiệu giao thông
stoplicht

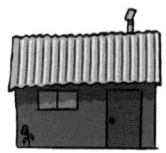

nhà chòi

hut

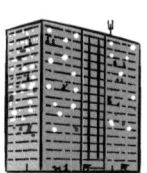

căn hộ

appartement

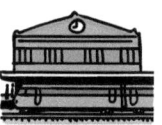

nhà ga

station

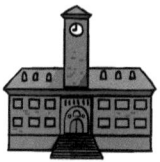

tòa thị chính

stadhuis

MUSEUM

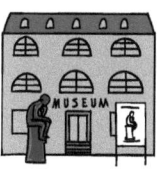

viện bảo tàng

museum

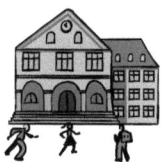

trường học

school

đại học

universiteit

ngân hàng

bank

bệnh viện

ziekenhuis

khách sạn

hotel

hiệu thuốc

apotheek

văn phòng

kantoor

hiệu sách

boekenwinkel

cửa hiệu

winkel

cửa hiệu bán hoa

bloemenwinkel

siêu thị

supermarkt

chợ

markt

cửa hàng bách hóa

warenhuis

người bán cá

visboer

trung tâm mua bán

winkelcentrum

bến cảng

haven

công viên

park

ghế băng

bank

cầu

brug

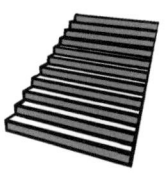

cầu thang

trap

tàu điện ngầm

metro

đường hầm

tunnel

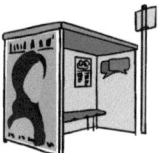

trạm xe buýt

bushalte

quán bar

bar

khách sạn

restaurant

hòm thư công cộng

brievenbus

bảng hiệu đường

straatnaambord

đồng hồ đậu xe

parkeermeter

vườn bách thú

dierentuin

bể bơi

zwembad

nhà thờ Hồi giáo

moskee

nông trại

boerderij

ô nhiễm môi trường

vervuiling

nghĩa trang

begraafplaats

nhà thờ

kerk

sân chơi

speelplaats

ngôi đền

tempel

phong cảnh
landschap

lá cây
blad

bảng chỉ đường
wegwijzer

lối đi
weg

bãi cỏ
weide

hòn đá
steen

người đi bộ đường dài
wandelaar

cây
boom

sông
rivier

cỏ
gras

bông hoa
bloem

thung lũng

vallei

đồi

berg

hồ nước

meer

rừng

bos

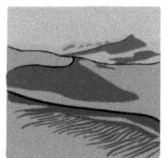

sa mạc

woestijn

núi lửa

vulkaan

lâu đài

kasteel

cầu vồng

regenboog

nấm

paddenstoel

cây cọ

palmboom

con muỗi

mug

con ruồi

vlieg

con kiến

mier

con ong

bij

con nhện

spin

bọ cánh cứng

kever

con ếch

kikker

con sóc

eekhoorn

con nhím

egel

con thỏ

haas

con cú

uil

con chim

vogel

thiên nga

zwaan

heo rừng

wild zwijn

con hươu

hert

nai sừng tấm

eland

đê

stuwdam

tuabin gió

windmolen

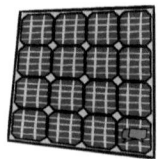

tấm năng lượng mặt trời

zonnepaneel

khí hậu

klimaat

khách sạn
restaurant

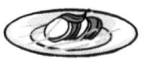

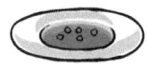

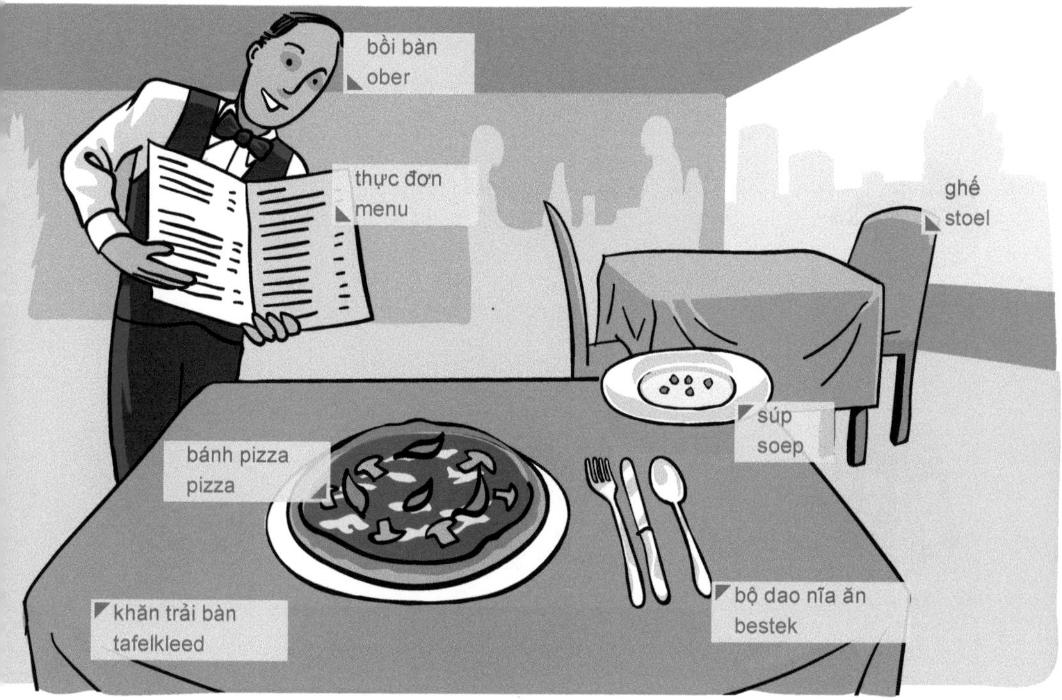
bồi bàn
ober
thực đơn
menu
ghế
stoel
súp
soep
bánh pizza
pizza
khăn trải bàn
tafelkleed
bộ dao nĩa ăn
bestek

món ăn khai vị

voorgerecht

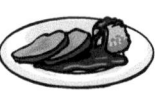

món ăn chính

hoofdgerecht

món tráng miệng

toetje

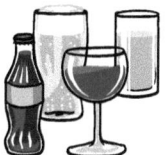

thức uống

dranken

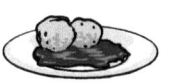

thức ăn

eten

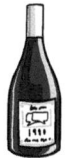

cái chai

fles

thức ăn nhanh

fastfood

thức ăn đường phố

eetkraampje

ấm trà

theepot

hộp đường

suikerpot

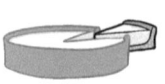

khẩu phần

portie

máy pha espresso

espressomachine

ghế cao

kinderstoel

hóa đơn

rekening

khay

dienblad

dao

mes

nĩa

vork

thìa

lepel

thìa uống trà

theelepel

khăn ăn

servet

cốc thủy tinh

glas

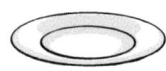

đĩa

bord

đĩa súp

soepbord

đĩa lót cốc

schotel

nước sốt

saus

lọ muối

zoutvaatje

cái xay tiêu

pepermolen

giấm

azijn

dầu

olie

gia vị

kruiden

nước xốt cà chua

ketchup

tương hạt cải

mosterd

nước sốt mayonnaise

mayonaise

siêu thị

supermarkt

chào giá đặc biệt
aanbieding
FOR
khách hàng
klant
sản phẩm từ sữa
zuivelproducten
trái cây
fruit
xe đẩy mua sắm
winkelwagen

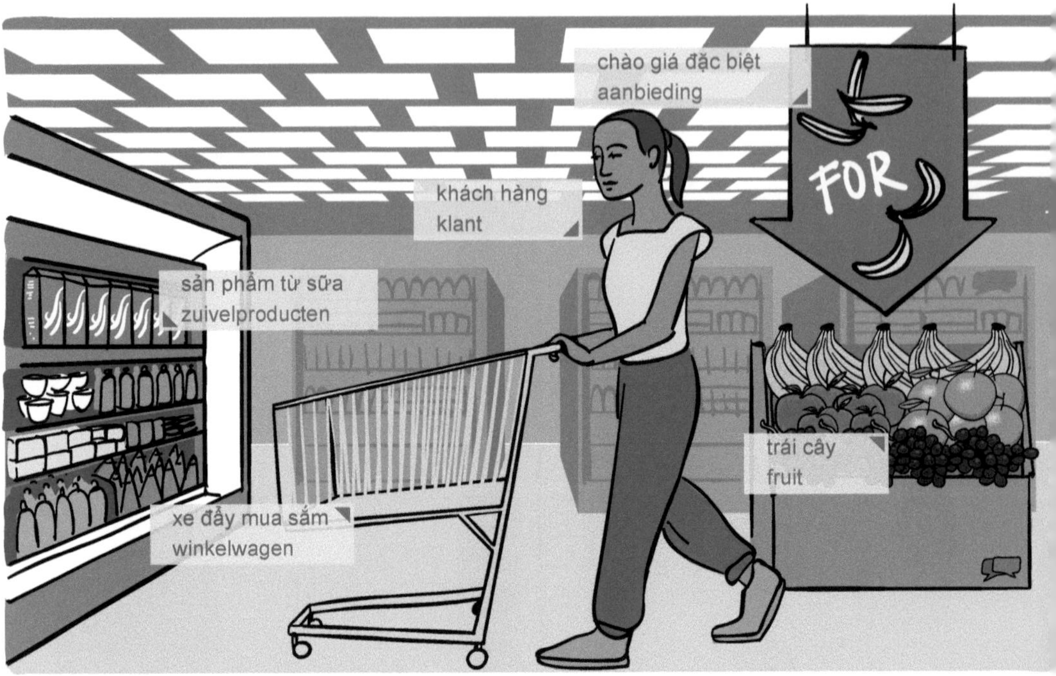

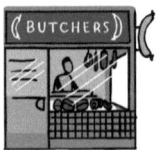

BUTCHERS

lò mổ

slager

BAKERY

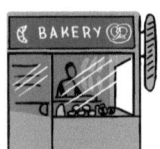

cửa hiệu bán bánh mì

bakkerij

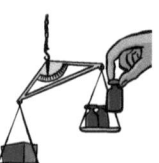

cân nặng

wegen

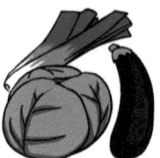

rau quả

groente

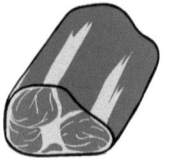

thịt

vlees

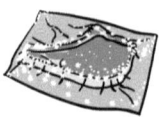

thức ăn đông lạnh

diepvriesproducten

lát thịt nguội
vleeswaren

đồ hộp
conserven

bột giặt
wasmiddel

đồ ngọt
snoepgoed

sản phẩm dùng trong gia
đình
huishoudelijke artikelen

chất tẩy rửa
schoonmaakmiddel

người bán hàng
verkoopster

quầy trả tiền
kassa

nhân viên thu ngân
kassier

danh sách mua sắm
boodschappenlijstje

giờ mở cửa
openingstijden

ví tiền
portefeuille

thẻ tín dụng
creditkaart

túi đeo
tas

túi ny lông
plastic zak

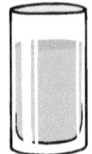

nước

water

nước quả ép

sap

sữa

melk

coca-cola

cola

rượu vang

wijn

bia

bier

cồn

alcohol

cacao

chocolademelk

trà

thee

cà phê

koffie

espresso

espresso

cappuccino

cappuccino

chuối
banaan

quả táo
appel

quả cam
sinaasappel

dưa hấu
watermeloen

chanh
citroen

cà rốt
wortel

tỏi
knoflook

tre
bamboe

củ hành
ui

nấm
paddenstoel

hạt dẻ
noten

mì
pasta

mì spaghetti

spaghetti

cơm

rijst

xà lách

salade

khoai tây chiên

friet

khoai tây chiên

gebakken aardappelen

bánh pizza

pizza

bánh hamburger

hamburger

bánh mì sandwich

sandwich

thịt côtlet

schnitzel

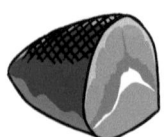

thịt giăm bông

ham

xúc xích

salami

dồi

worst

gà

kip

rán

gebraad

cá

vis

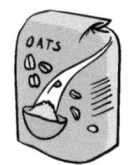

cháo yến mạch

havermout

cháo muesli

muesli

bánh bột ngô nướng

cornflakes

bột mì

meel

bánh sừng bò

croissant

bánh mì

broodjes

bánh mì

brood

bánh mì nướng

toast

bánh bích quy

koekjes

bơ

boter

sữa đông

kwark

bánh ngọt

taart

trứng

ei

trứng rán

gebakken ei

pho mát

kaas

kem

ijs

đường

suiker

mật ong

honing

mứt

jam

kem nougat

chocoladepasta

cà ri

kerrie

nông trại
boerderij

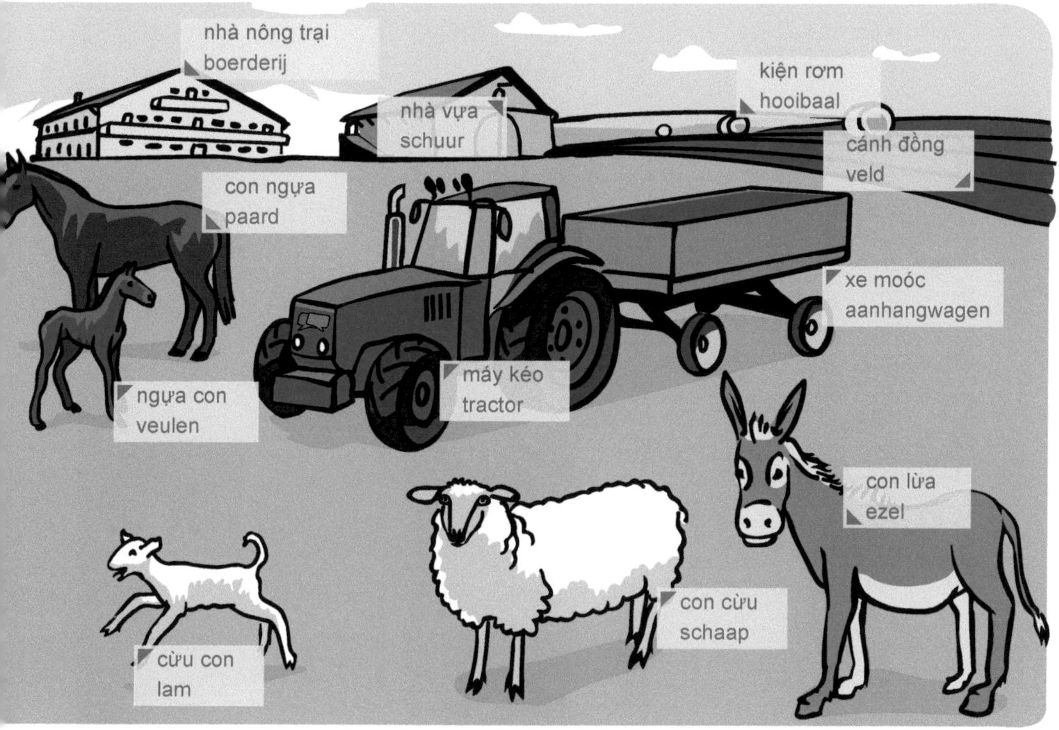

nhà nông trại
boerderij
nhà vựa
schuur
kiện rơm
hooibaal
cánh đồng
veld
con ngựa
paard
xe moóc
aanhangwagen
máy kéo
tractor
ngựa con
veulen
con lừa
ezel
con cừu
schaap
cừu con
lam

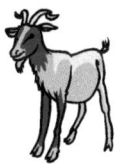

con dê

geit

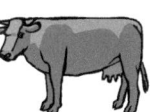

con bò

koe

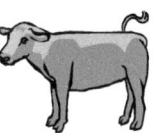

con bê

kalf

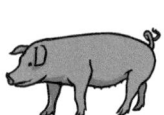

con lợn

varken

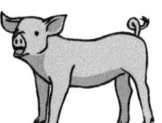

lợn con

big

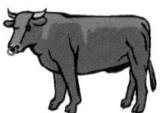

bò đực

stier

con ngỗng
gans

con vịt
eend

gà con
kuiken

gà mái
kip

gà trống
haan

con chuột
rat

mèo
kat

chuột nhắt
muis

bò đực
os

con chó
hond

nhà chuồng chó
hondenhok

ống tưới vườn cây
tuinslang

thùng tưới cây
gieter

lưỡi hái
zeis

cái cày
ploeg

cái liềm

sikkel

cái cuốc

schoffel

cái chĩa

hooivork

cái rìu

bijl

xe cút kít

kruiwagen

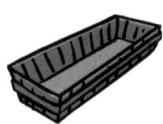

máng ăn

trog

lọ sữa

melkbus

bao tải

zak

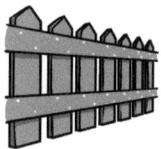

hàng rào

hek

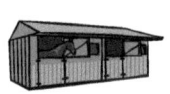

chuồng

stal

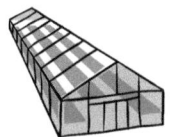

nhà kính trồng cây

broeikas

đất trồng

grond

hạt giống

zaad

phân bón

mest

máy gặt đập liên hợp

maaidorser

thu hoạch

oogsten

mùa thu hoạch

oogst

khoai lang

yam

lúa mì

tarwe

đậu nành

soja

khoai tây

aardappel

ngô

maïs

hạt cải dầu

koolzaad

cây ăn trái

fruitboom

sắn

maniok

ngũ cốc

granen

nhà
huis

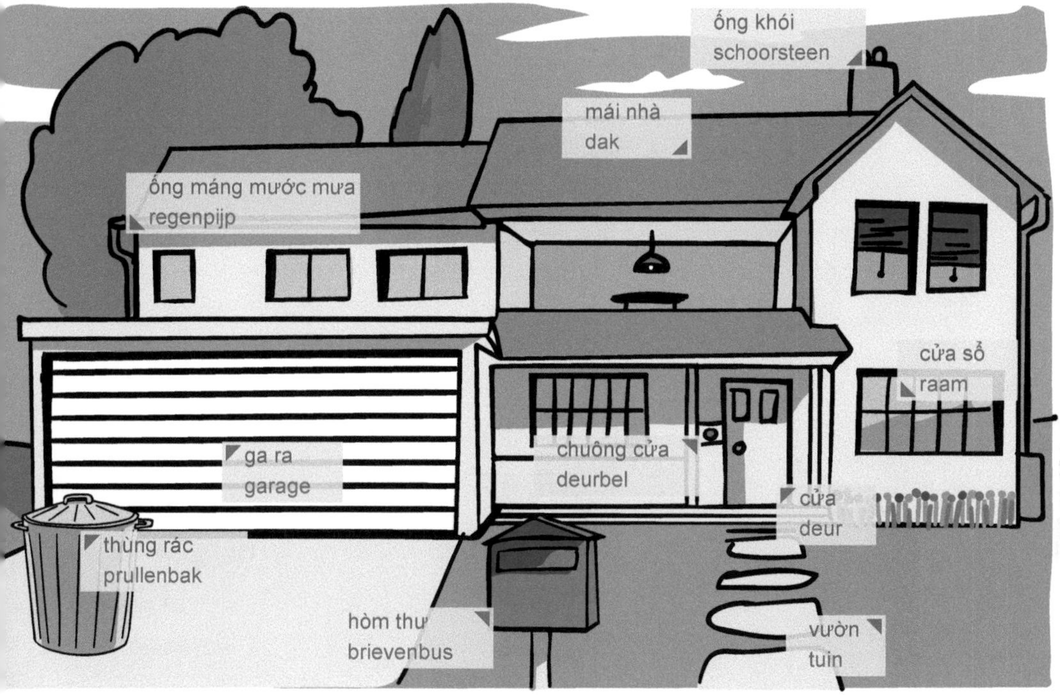

ống khói
schoorsteen
mái nhà
dak
ống máng mước mưa
regenpijp
cửa sổ
raam
ga ra
garage
chuông cửa
deurbel
cửa
deur
thùng rác
prullenbak
hòm thư
brievenbus
vườn
tuin

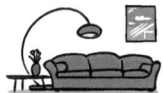

phòng khách
woonkamer

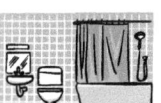

phòng tắm
badkamer

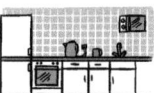

bếp
keuken

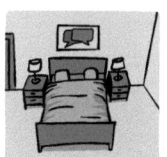

phòng ngủ
slaapkamer

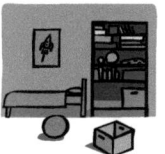

phòng trẻ em
kinderkamer

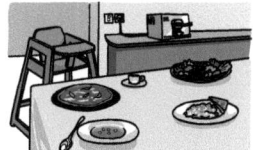

phòng ăn
eetkamer

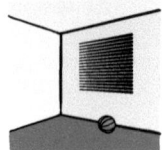

nền nhà

vloer

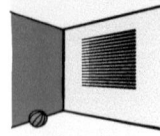

tường

muur

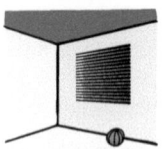

trần nhà

plafond

tầng hầm

kelder

tắm hơi

sauna

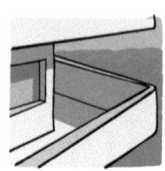

ban công

balkon

sân hiên

terras

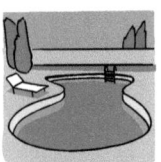

bể bơi

zwembad

máy cắt cỏ

grasmaaier

khăn trải giường

laken

khăn trải giường

bedsprei

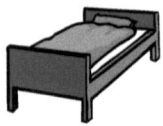

giường

bed

chổi

bezem

cái xô

emmer

công tắc điện

schakelaar

phòng khách
woonkamer

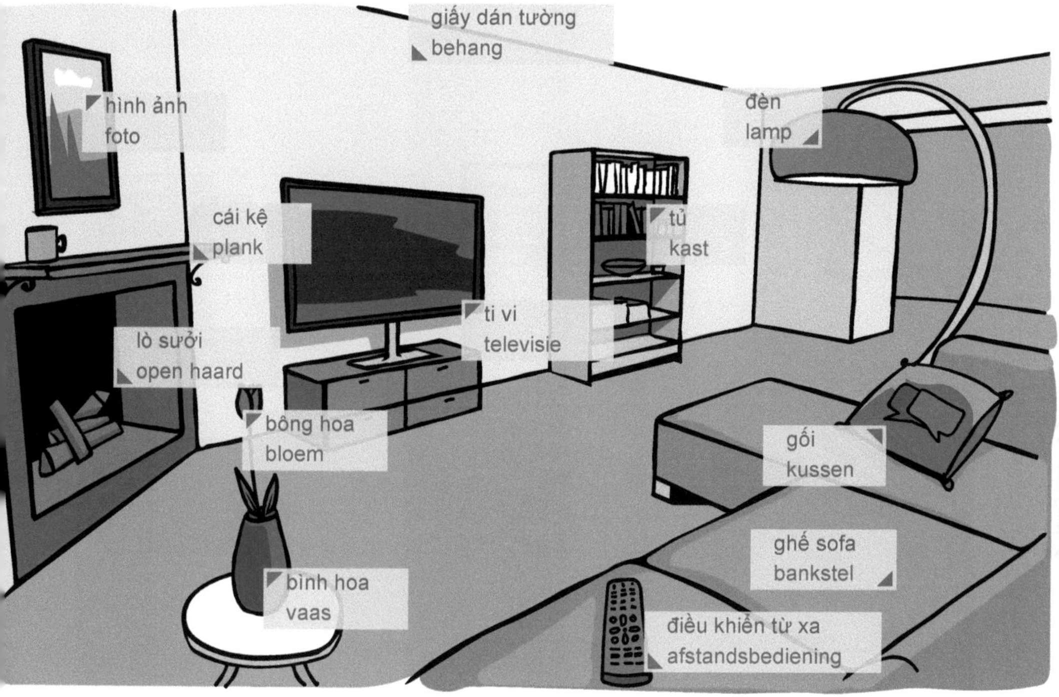
giấy dán tường
behang
hình ảnh
foto
đèn
lamp
cái kệ
plank
tủ
kast
ti vi
televisie
lò sưởi
open haard
bông hoa
bloem
gối
kussen
ghế sofa
bankstel
bình hoa
vaas
điều khiển từ xa
afstandsbediening

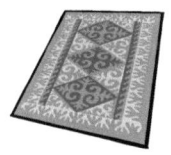

thảm

tapijt

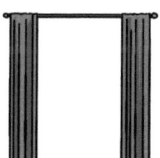

rèm

gordijn

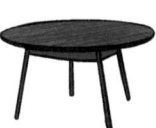

cái bàn

tafel

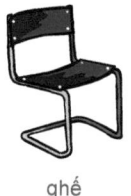

ghế

stoel

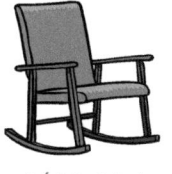

ghế bập bênh

schommelstoel

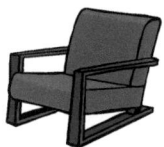

ghế bành

stoel

sách
....
boek

cái chăn
....
deken

đồ trang trí
....
decoratie

củi
....
brandhout

phim
....
film

máy hi-fi
....
stereo-installatie

chìa khóa
....
sleutel

báo
....
krant

bức tranh
....
schilderij

áp phích
....
poster

radio
....
radio

sổ ghi chép
....
kladblok

máy hút bụi
....
stofzuiger

cây xương rồng
....
cactus

cây nến
....
kaars

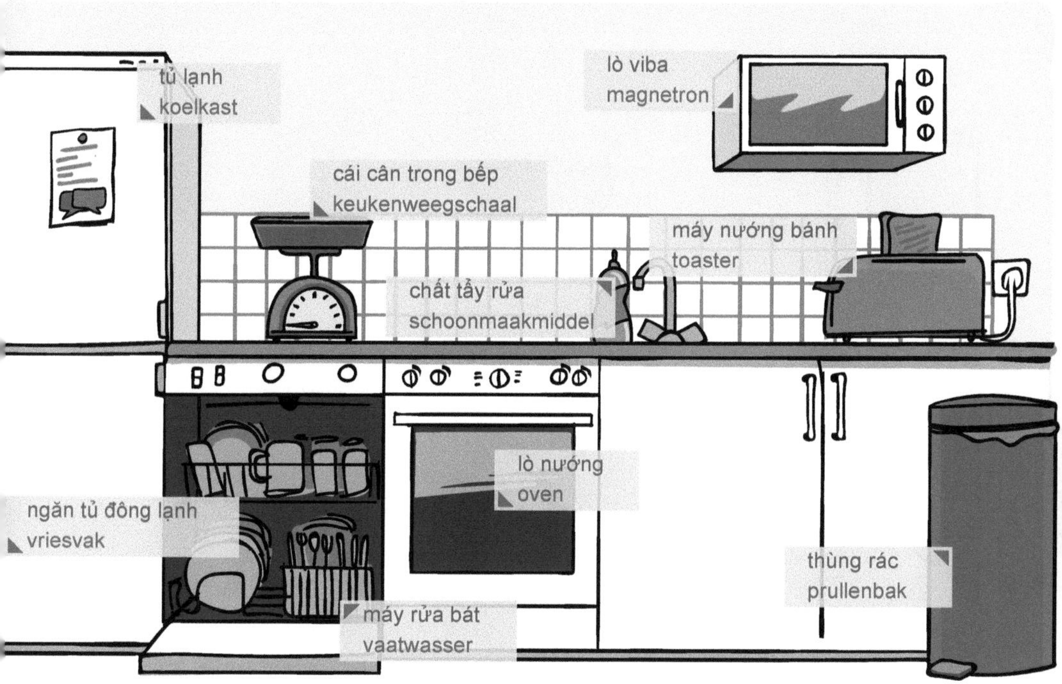

tủ lạnh
koelkast

lò viba
magnetron

cái cân trong bếp
keukenweegschaal

máy nướng bánh
toaster

chất tẩy rửa
schoonmaakmiddel

lò nướng
oven

ngăn tủ đông lạnh
vriesvak

thùng rác
prullenbak

máy rửa bát
vaatwasser

lò nấu

fornuis

nồi

pan

nồi sắt

gietijzeren pan

chảo

wok / kadai

chảo

koekenpan

ấm đun nước

ketel

nồi đun hơi

stoomkoker

khay lò nướng

bakplaat

bát đĩa

servies

cốc

beker

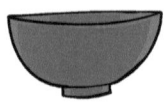

cái bát

kom

đũa

eetstokjes

cái vá

soeplepel

bàn xẻng

spatel

que đánh kem

garde

rây dùng trong bếp

vergiet

cái rây lọc

zeef

cái nạo

rasp

vữa

vijzel

vỉ nướng

barbecue

ngọn lửa trần

vuurhaard

cái thớt

snijplank

trục cán bột

deegroller

cái mở nút chai

kurkentrekker

vỏ đồ hộp

blik

cái mở vỏ đồ hộp

blikopener

miếng nhấc nồi

pannenlap

bồn rửa bát

wasbak

bàn chải

borstel

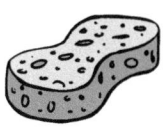

miếng xốp

spons

máy xay

blender

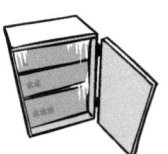

tủ đông lạnh

vriezer

bình sữa cho trẻ sơ sinh

babyflesje

vòi nước

kraan

phòng tắm
badkamer

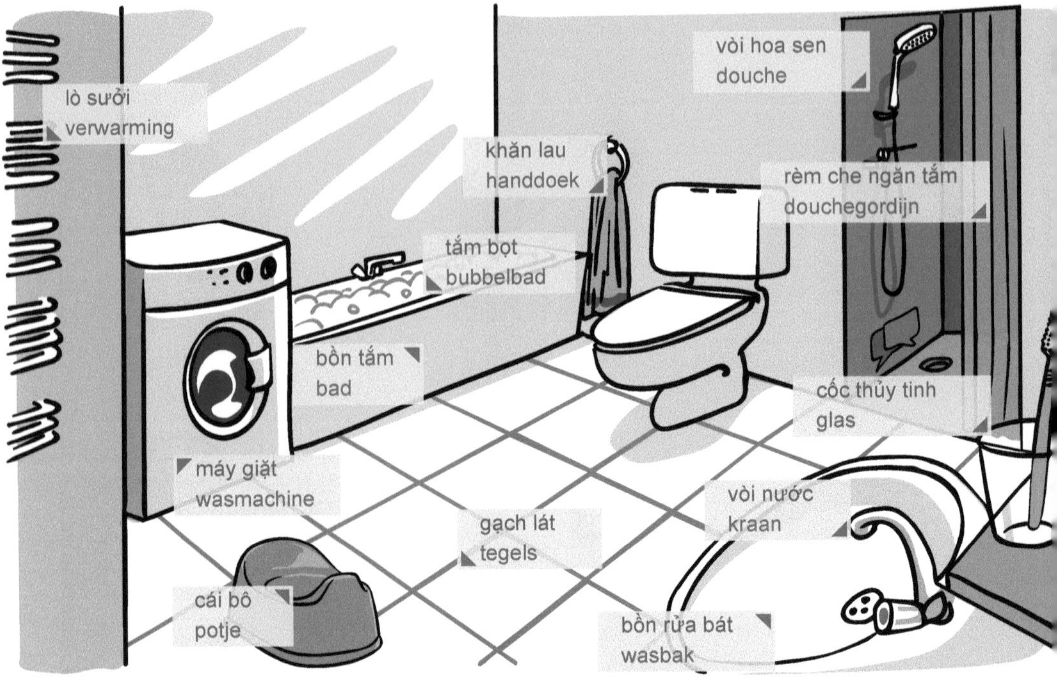
vòi hoa sen
douche
lò sưởi
verwarming
khăn lau
handdoek
rèm che ngăn tắm
douchegordijn
tắm bọt
bubbelbad
bồn tắm
bad
cốc thủy tinh
glas
máy giặt
wasmachine
vòi nước
kraan
gạch lát
tegels
cái bô
potje
bồn rửa bát
wasbak

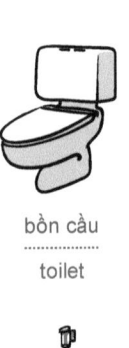

bồn cầu
toilet

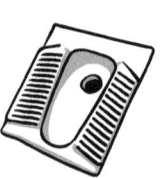

bồn cầu ngồi xổm
hurktoilet

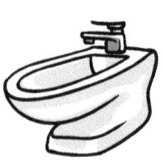

bồn rửa hậu môn
bidet

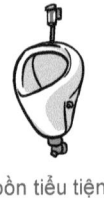

bồn tiểu tiện
urinoir

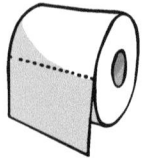

giấy vệ sinh
toiletpapier

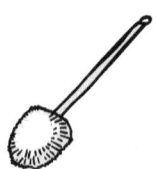

bàn chải cọ bồn cầu
toiletborstel

bàn chải đánh răng

tandenborstel

kem đánh răng

tandpasta

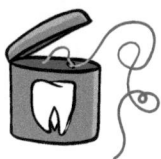

chỉ nha khoa

flosdraad

rửa

wassen

vòi sen cầm tay

handdouche

vòi rửa hậu môn

toiletdouche

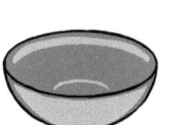

bồn rửa

waskom

bàn chải cọ lưng

rugborstel

xà phòng

zeep

sữa tắm

douchegel

dầu gội

shampoo

khăn cọ để tắm

washanje

lỗ thoát nước

afvoer

kem

creme

chất khử mùi

deodorant

gương

spiegel

gương tay

make-upspiegel

dao cạo râu

scheermes

kem cạo râu

scheerschuim

nước thơm dùng sau khi cạo râu

aftershave

cái lược

kam

bàn chải

borstel

máy xấy tóc

haardroger

keo xịt tóc

haarspray

đồ trang điểm

make-up

thỏi son môi

lippenstift

sơn bôi móng

nagellak

bông

watten

kéo cắt móng

nagelschaartje

nước hoa

parfum

túi đựng đồ tắm

toilettas

ghế đẩu

kruk

cái cân

weegschaal

áo choàng tắm

badjas

găng tay làm vệ sinh

rubber handschoenen

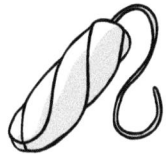

nút gạc

tampon

băng vệ sinh

maandverband

nhà vệ sinh hóa chất

chemisch toilet

phòng trẻ em
kinderkamer

đồng hồ báo thức
wekker
thú bông
knuffeldier
xe đồ chơi
speelgoedauto
cái lúc lắc
rammelaar
nhà búp bê
poppenhuis
món quà
cadeau

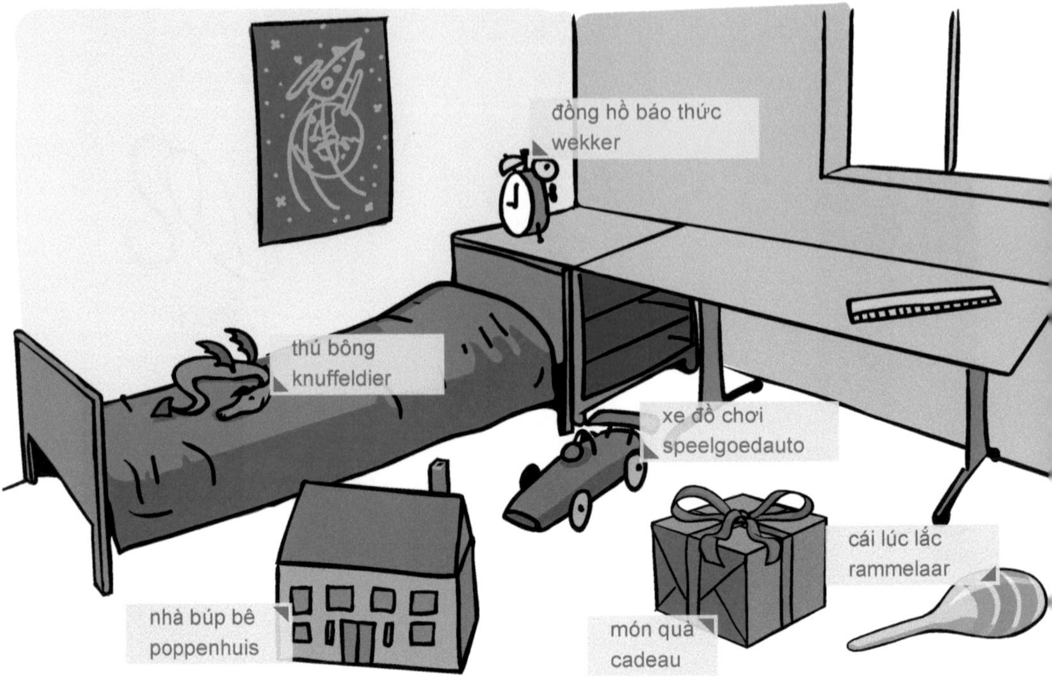

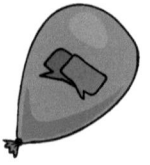

bong bóng

ballon

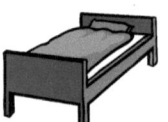

giường

bed

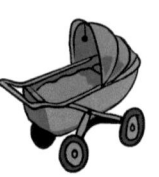

xe nôi

kinderwagen

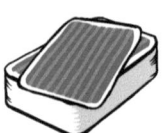

trò chơi bài

kaartspel

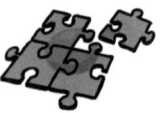

trò chơi ghép hình

puzzel

SUPER
MEGA

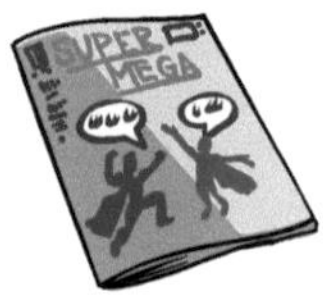

truyện tranh

stripverhaal

gạch Lego

legostenen

khối xếp hình

speelgoedblokken

nhân vật hành động

actiefiguurtje

o liền quần cho trẻ sơ sinh

romper

đĩa nhựa để ném

frisbee

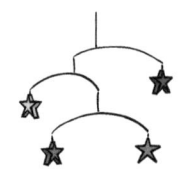

đồ chơi treo trên giường

mobile

trò chơi cờ bàn

bordspel

xúc xắc

dobbelsteen

đồ chơi xe lửa mô hình

modeltrein

ti giả

speen

buổi tiệc

feestje

sách tranh

prentenboek

quả bóng

bal

búp bê

pop

chơi

spelen

hố cát

zandbak

cái đu

schommel

đồ chơi

speelgoed

máy chơi game cầm tay

spelcomputer

xe ba bánh

driewieler

gấu bông

teddybeer

tủ quần áo

kleerkast

y phục
kleding

bít tất

sokken

bít tất dài

kousen

quần tất

panty

khăn choàng cổ
sjaal

ô che mưa
paraplu

áp phông
T-shirt

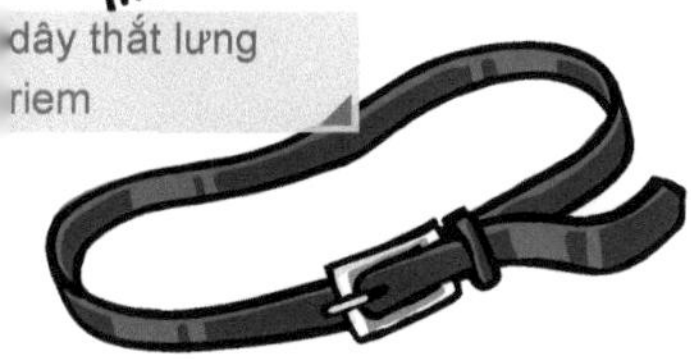

dây thắt lưng
riem

giày sneaker
sportschoenen

ủng
laarzen

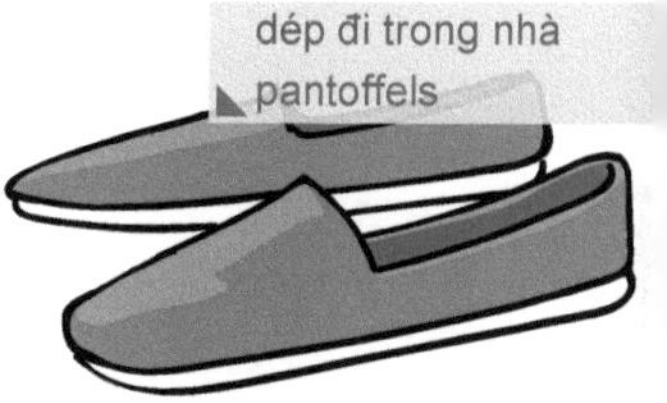

dép đi trong nhà
pantoffels

dép xăng đan

sandalen

giày

schoenen

ủng cao su

rubberlaarzen

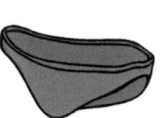

quần lót

onderbroek

áo ngực

beha

áo vest

onderhemd

áo ôm sát cơ thể

body

quần dài

broek

quần bò

spijkerbroek

váy

rok

áo cánh

blouse

áo sơ mi

overhemd

áo len chui đầu

trui

áo len

hoody

áo blazer

blazer

áo jacket

jas

áo khoác

mantel

áo mưa

regenjas

trang phục

kostuum

áo váy

jurk

áo cưới

trouwjurk

y phục - kleding

bộ com lê

pak

áo ngủ

nachthemd

pijama

pyjama

trang phục sari

sari

khăn trùm đầu

hoofddoek

khăn đội đầu

tulband

áo burka

boerka

áo captan

kaftan

áo aba

abaja

quần áo bơi

zwempak

quần bơi

zwembroek

quần đùi

korte broek

quần áo tracksuit

trainingspak

tạp dề

schort

găng tay

handschoenen

y phục - kleding

47

cái cúc

knoop

kính mắt

bril

vòng đeo tay

armband

vòng cổ

ketting

nhẫn

ring

hoa tai

oorbel

mũ lưỡi trai

pet

cái mắc treo áo quần

kledinghanger

mũ

hoed

cà vạt

stropdas

dây kéo phéc mơ tuya

rits

mũ bảo hiểm

helm

dây đeo quần

bretels

đồng phục học sinh

schooluniform

đồng phục

uniform

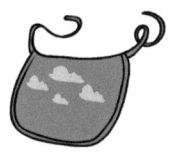

yếm trẻ em

slabbetje

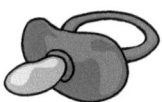

ti giả

speen

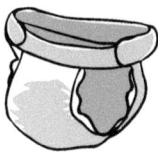

tã lót

luier

văn phòng
kantoor

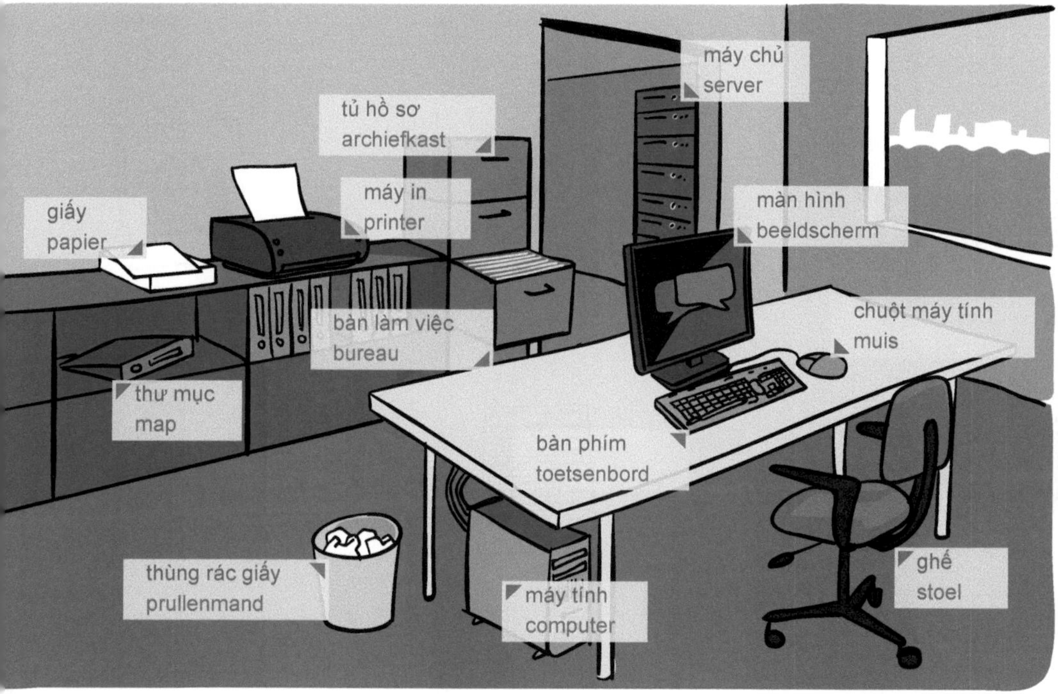
máy chủ
server
tủ hồ sơ
archiefkast
giấy
papier
máy in
printer
màn hình
beeldscherm
bàn làm việc
bureau
chuột máy tính
muis
thư mục
map
bàn phím
toetsenbord
thùng rác giấy
prullenmand
ghế
stoel
máy tính
computer

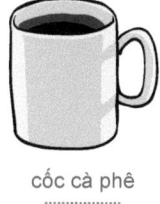

cốc cà phê

koffiemok

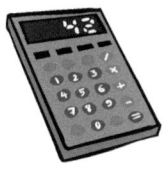

máy tính bỏ túi

rekenmachine

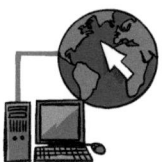

internet

internet

laptop

laptop

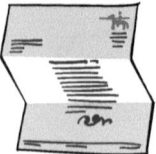

thư

brief

tin nhắn

bericht

điện thoại di động

mobiele telefoon

mạng

netwerk

máy photocopy

kopieermachine

phần mềm

software

điện thoại

telefoon

ổ cắm điện

stopcontact

máy fax

fax

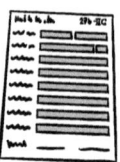

mẫu đơn

formulier

chứng từ

document

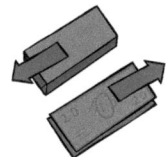

mua
....
kopen

trả tiền
....
betalen

buôn bán
....
handel drijven

tiền
....
geld

đô la
....
dollar

Euro
....
euro

yên
....
yen

rúp
....
roebel

franc Thụy Sĩ
....
Zwitserse frank

nhân dân tệ
....
renminbi yuan

rupi
....
roepie

máy rút tiền tự động
....
geldautomaat

quầy đổi tiền
wisselkantoor

vàng
goud

bạc
zilver

dầu
olie

năng lượng
energie

giá tiền
prijs

hợp đồng
contract

thuế
belasting

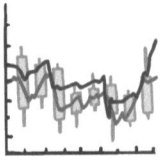

cổ phiếu
aandeel

làm việc
werken

nhân viên
werknemer

chủ lao động
werkgever

nhà máy
fabriek

cửa hiệu
winkel

nhân viên cảnh sát
politieagent

lính cứu hỏa
brandweerman

đầu bếp
kok

bác sĩ
dokter

phi công
piloot

người làm vườn

tuinman

thợ mộc

timmerman

thợ may

naaister

chánh án

rechter

nhà hóa học

scheikundige

diễn viên

toneelspeler

tài xế xe buýt

buschauffeur

người lái taxi

taxichauffeur

ngư dân

visser

người lau dọn vệ sinh

schoonmaakster

thợ lợp mái nhà

dakdekker

bồi bàn

ober

thợ săn

jager

họa sĩ

schilder

thợ làm bánh

bakker

thợ điện

elektricien

thợ xây dựng

bouwvakker

kỹ sư

ingenieur

người hàng thịt

slager

thợ sửa ống nước

loodgieter

người đưa thư

postbode

người lính

soldaat

kiến trúc sư

architect

nhân viên thu ngân

kassier

người bán hoa

bloemist

thợ cắt tóc

kapper

nhân viên soát vé

conducteur

thợ cơ khí

monteur

thuyền trưởng

kapitein

nha sĩ

tandarts

nhà khoa học

wetenschapper

giáo sĩ Do thái

rabbi

lãnh tụ Hồi giáo

imam

nhà sư

monnik

mục sư

pastoor

dụng cụ
gereedschap

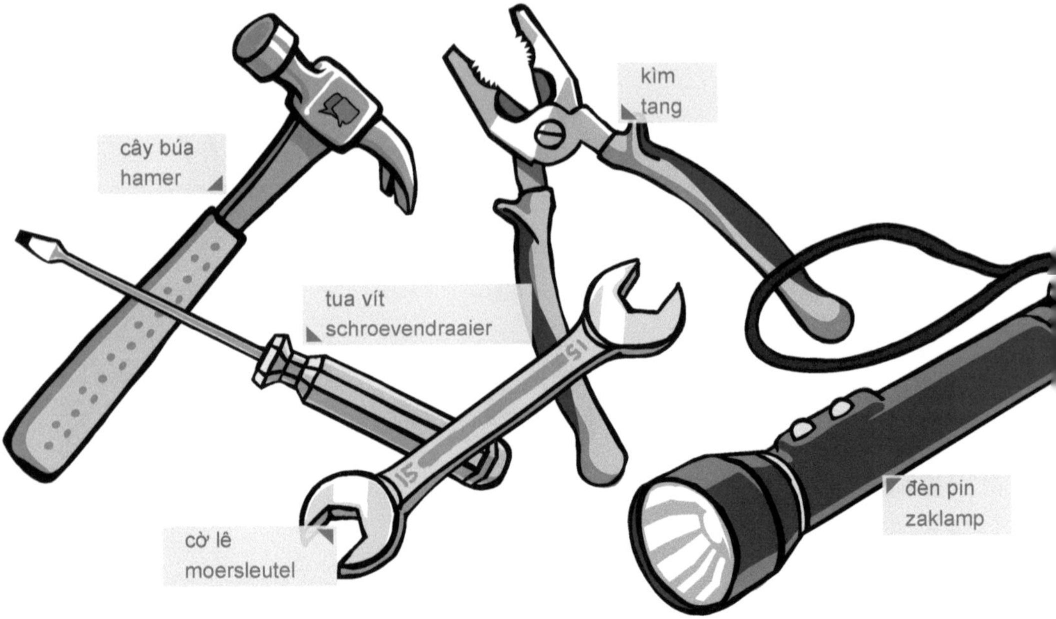
kìm
tang
cây búa
hamer
tua vít
schroevendraaier
đèn pin
zaklamp
cờ lê
moersleutel

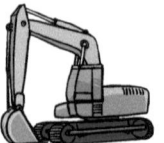

máy xúc đất

graafmachine

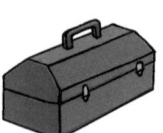

hộp dụng cụ

gereedschapskist

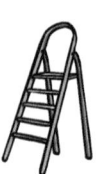

cái thang

ladder

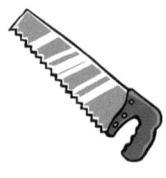

cưa

zaag

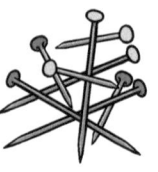

đinh

spijkers

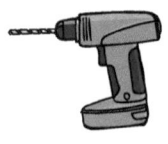

máy khoan

boor

sửa chữa
repareren

cái xẻng
schep

khốn nạn!
Verdorie!

cái hót rác
stofblik

thùng sơn
verfpot

vít
schroeven

nhạc cụ
muziekinstrumenten

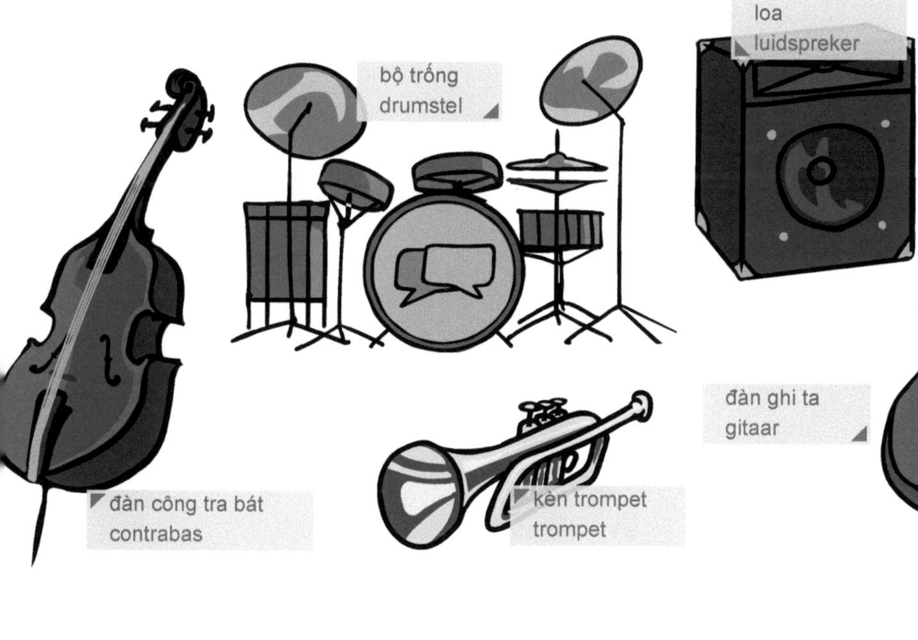

loa
luidspreker

bộ trống
drumstel

đàn ghi ta
gitaar

đàn công tra bát
contrabas

kèn trompet
trompet

đàn piano

piano

đàn vĩ cầm

viool

ghi ta bass

bas

trống định âm

pauk

trống

trommel

đàn organ

keyboard

kèn Saxophone

saxofoon

sáo

fluit

micro

microfoon

vườn bách thú

dierentuin

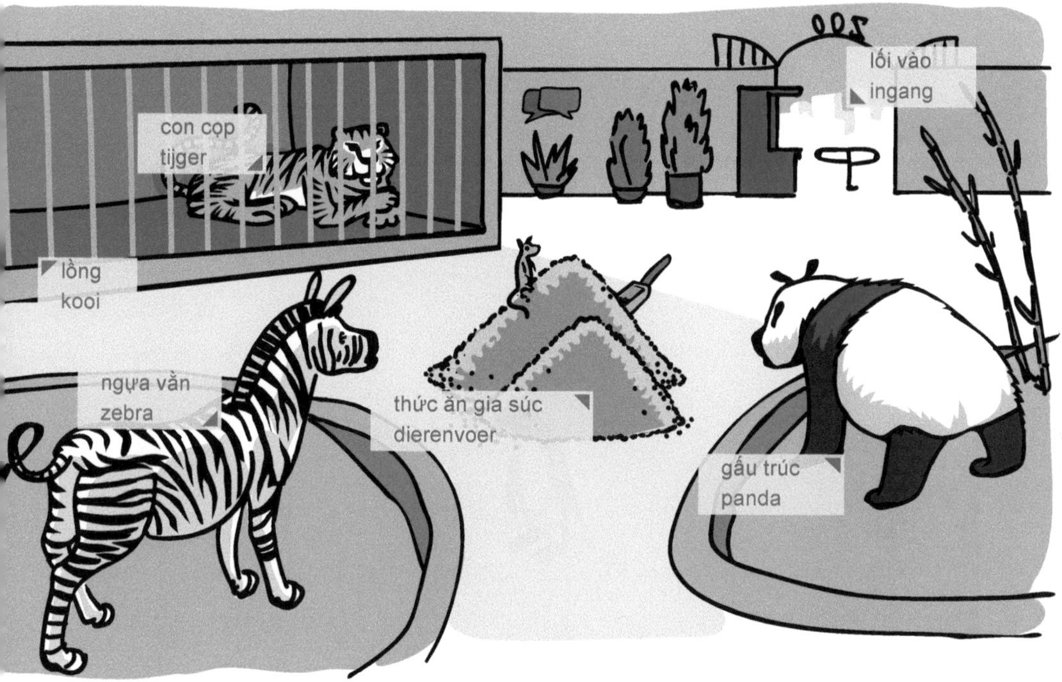

con cọp
tijger
lối vào
ingang
lồng
kooi
ngựa vằn
zebra
thức ăn gia súc
dierenvoer
gấu trúc
panda

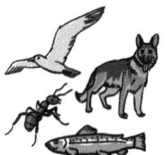

động vật
dieren

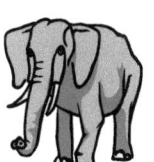

con voi
olifant

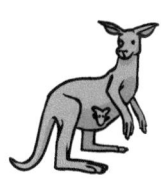

chuột túi
kangoeroe

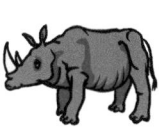

tê giác
neushoorn

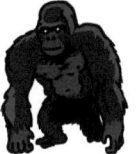

khỉ đột
gorilla

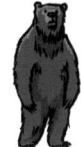

con gấu
beer

lạc đà

kameel

đà điểu

struisvogel

sư tử

leeuw

con khỉ

aap

hồng hạc

flamingo

con vẹt

papegaai

gấu bắc cực

ijsbeer

chim cánh cụt

pinguïn

cá mập

haai

con công

pauw

con rắn

slang

cá sấu

krokodil

người trông giữ vườn bách thú

dierenverzorger

hải cẩu

zeehond

báo đốm

jaguar

ngựa lùn

pony

con báo

luipaard

hà mã

nijlpaard

hươu cao cổ

giraffe

đại bàng

adelaar

heo rừng

wild zwijn

cá

vis

con rùa

schildpad

hải mã

walrus

con cáo

vos

linh dương

gazelle

bóng bầu dục Mỹ
American football

đua xe đạp
wielrennen

quần vợt
tennis

bóng rổ
basketbal

bơi
zwemmen

khúc côn cầu trên băng
ijshockey

đấm bốc
boksen

bóng đá
voetbal

cầu lông
badminton

điền kinh
atletiek

bóng ném
handbal

trượt tuyết
skiën

polo
polo

nhảy
springen

cười
lachen

ôm
knuffelen

đi bộ
lopen

ca hát
zingen

mơ
dromen

cầu nguyện
bidden

hôn
kussen

viết
schrijven

vẽ
tekenen

chỉ trỏ
tonen

đẩy
duwen

cho
geven

lấy đi
oppakken

có

hebben

làm

doen

thì / là

zijn

đứng

staan

chạy

rennen

kéo

trekken

ném

gooien

rơi

vallen

nằm

liggen

chờ đợi

wachten

mang vác

dragen

ngồi

zitten

mặc quần áo

aankleden

ngủ

slapen

thức dậy

wakker worden

xem

bekijken

khóc

huilen

vuốt ve

strelen

chải

kammen

nói chuyện

praten

hiểu

begrijpen

câu hỏi

vragen

nghe

horen

uống

drinken

ăn

eten

dọn dẹp

opruimen

yêu

houden van

nấu nướng

koken

lái xe

rijden

bay

vliegen

đi thuyền buồm

zeilen

tính toán

rekenen

đọc

lezen

học

leren

làm việc

werken

cưới

trouwen

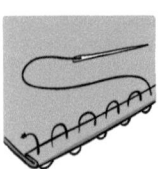

khâu vá

naaien

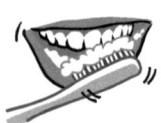

đánh răng

tandenpoetsen

giết

doden

hút thuốc

roken

gửi đi

verzenden

nội (ngoại)
ootmoeder

ông nội (ngoại)
grootvader

cha
vader

mẹ
moeder

trẻ con
baby

con gái
dochter

con trai
zoon

khách
gast

cô (dì)
tante

chú, bác (cậu)
oom

anh (em) trai
broer

chị (em) gái
zus

cơ thể

lichaam

trán
voorhoofd
mắt
oog
vai
schouder
ngón tay
vinger
mặt
gezicht
cằm
kin
bàn tay
hand
chân
been
ngực
borst
cánh tay
arm

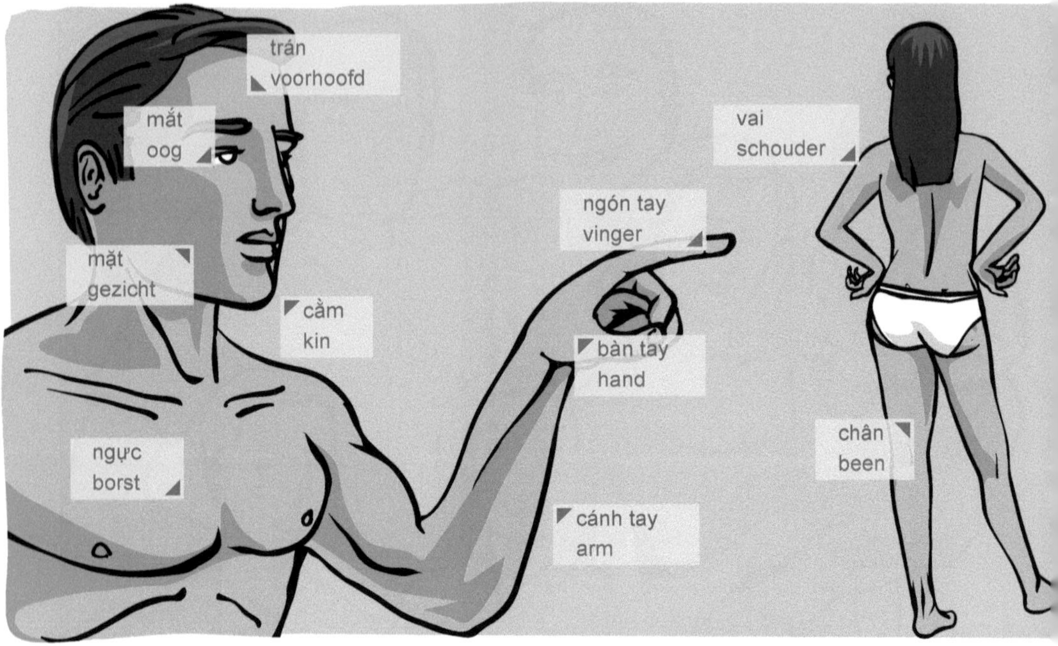

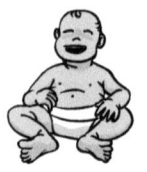

trẻ con

baby

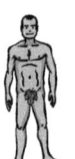

đàn ông

man

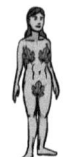

phụ nữ

vrouw

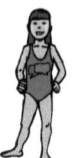

bé gái

meisje

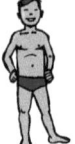

bé trai

jongen

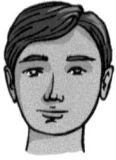

đầu

hoofd

lưng

rug

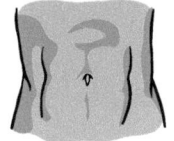

bụng

buik

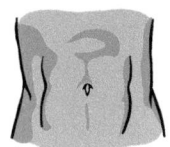

rốn

navel

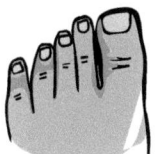

ngón chân

teen

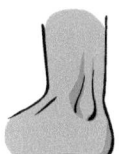

gót chân

hiel

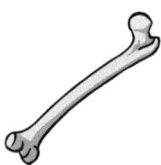

xương

bot

hông

heup

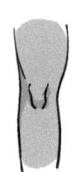

đầu gối

knie

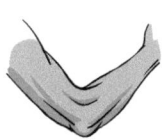

khuỷu tay

elleboog

mũi

neus

mông

achterwerk

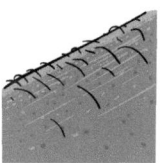

da

huid

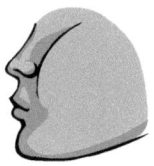

má

wang

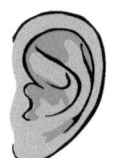

tai

oor

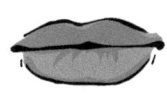

môi

lippen

miệng

mond

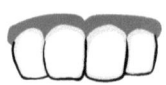

răng

tand

lưỡi

tong

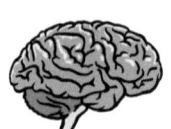

não

hersenen

tim

hart

cơ bắp

spier

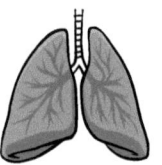

phổi

long

gan

lever

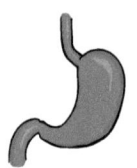

dạ dày

maag

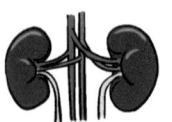

thận

nieren

giao hợp

geslachtsgemeenschap

bao cao su

condoom

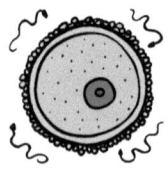

noãn

eicel

tinh dịch

sperma

mang thai

zwangerschap

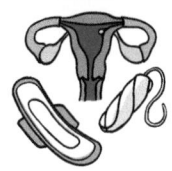

kinh nguyệt

menstruatie

âm vật

vagina

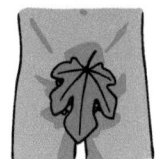

dương vật

penis

lông mày

wenkbrauw

tóc

haar

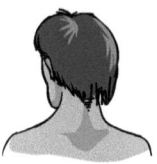

cổ

hals

bệnh viện
ziekenhuis

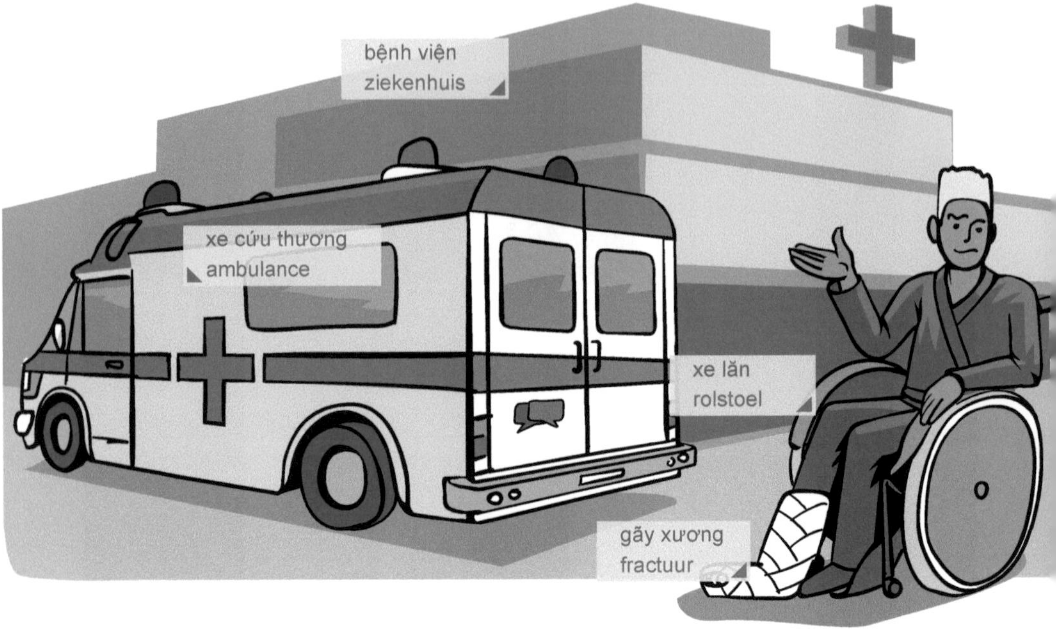

bệnh viện
ziekenhuis
xe cứu thương
ambulance
xe lăn
rolstoel
gãy xương
fractuur

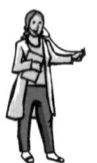

bác sĩ

dokter

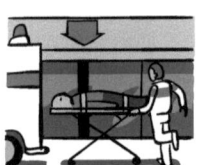

phòng cấp cứu

EHBO

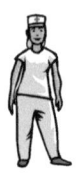

y tá

verpleegster

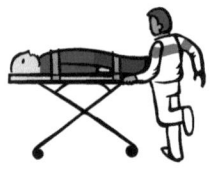

cấp cứu

noodgeval

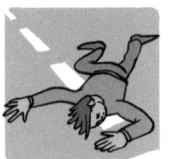

bất tỉnh

bewusteloos

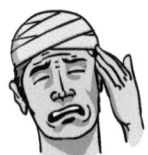

cơn đau

pijn

bị thương

verwonding

chảy máu

bloeding

nhồi máu cơ tim

hartaanval

đột quỵ

beroerte

dị ứng

allergie

ho

hoest

sốt

koorts

cúm

griep

tiêu chảy

diarree

đau đầu

hoofdpijn

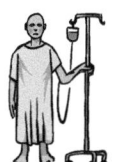

ung thư

kanker

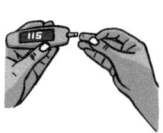

bệnh tiểu đường

diabetes

bác sĩ phẫu thuật

chirurg

dao mổ

scalpel

giải phẫu

operatie

chụp cắt lớp

CT

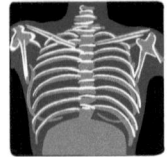

chụp x-quang

röntgen

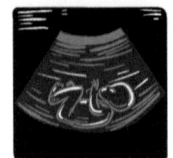

siêu âm

echografie

mặt nạ

gezichtsmasker

bệnh

ziekte

phòng đợi

wachtkamer

cái nạng

kruk

băng dán vết thương

pleister

băng bó

verband

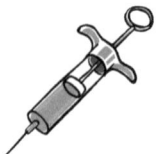

tiêm thuốc

injectie

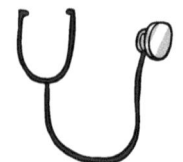

ống nghe khám bệnh

stethoscoop

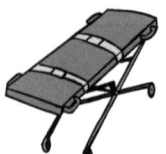

băng ca

brancard

nhiệt kế

thermometer

sinh đẻ

geboorte

thừa cân

overgewicht

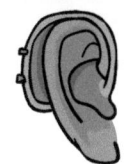

máy trợ thính

gehoorapparaat

chất khử trùng

ontsmettingsmiddel

nhiễm trùng

infectie

vi rút

virus

HIV / AIDS

HIV / AIDS

thuốc

medicijn

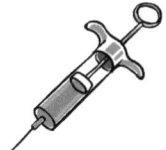

tiêm chủng

inenting

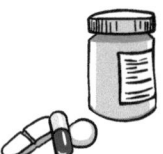

thuốc viên

tabletten

viên thuốc

pil

gọi cấp cứu

alarmnummer

máy đo huyết áp

bloeddrukmeter

bệnh / khỏe mạnh

ziek / gezond

cứu!

Help!

báo động

alarm

cuộc đột kích

overval

sự tấn công

aanval

mối nguy hiểm

gevaar

lối thoát hiểm

nooduitgang

cháy!

Brand!

bình chữa cháy

brandblusser

tai nạn

ongeluk

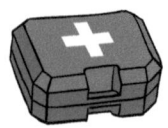

bộ dụng cụ sơ cứu

EHBO-koffer

SOS

SOS

cảnh sát

politie

châu Âu

Europa

Bắc Mỹ

Noord-Amerika

Nam Mỹ

Zuid-Amerika

châu Phi

Afrika

châu Á

Azië

châu Úc

Australië

Đại Tây Dương

Atlantische Oceaan

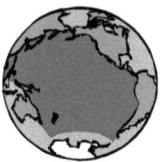

Thái Bình Dương

Stille Oceaan

Ấn Độ Dương

Indische Oceaan

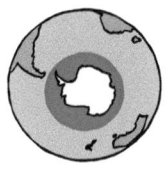

Nam Cực Dương

Zuidelijke Oceaan

Bắc Băng Dương

Noordelijke IJszee

bắc cực

Noordpool

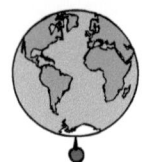

nam cực

Zuidpool

nam cực

Antarctica

trái đất

aarde

đất liền

land

biển

zee

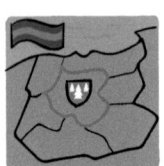

đảo

eiland

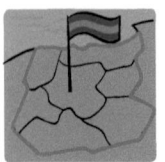

quốc gia

natie

nhà nước

staat

mặt đồng hồ

wijzerplaat

kim chỉ giờ

uurwijzer

kim chỉ phút

minutenwijzer

kim chỉ giây

secondewijzer

Bây giờ là mấy giờ?

Hoe laat is het?

ngày

dag

thời gian

tijd

bây giờ

nu

đồng hồ điện tử

digitaal horloge

phút

minuut

giờ

uur

tuần lễ
week

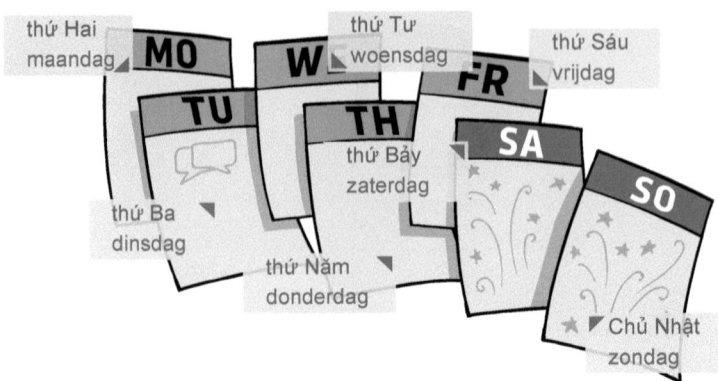

hôm qua

gisteren

hôm nay

vandaag

ngày mai

morgen

buổi sáng

ochtend

buổi trưa

middag

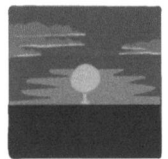

buổi tối

avond

MO	TU	WE	TH	FR	SA	SU
1	2	3	4	5	6	7
8	9	10	11	12	13	14
15	16	17	18	19	20	21
22	23	24	25	26	27	28
29	30	31	1	2	3	4

ngày làm việc

werkdagen

MO	TU	WE	TH	FR	SA	SU
1	2	3	4	5	6	7
8	9	10	11	12	13	14
15	16	17	18	19	20	21
22	23	24	25	26	27	28
29	30	31	1	2	3	4

cuối tuần

weekend

năm

jaar

mưa
regen
cầu vồng
regenboog
gió
wind
tuyết
sneeuw
mùa xuân
voorjaar
mùa hè
zomer
mùa thu
herfst
mùa đông
winter

4.APRIL 11°
5.APRIL 4°
6.APRIL 13°
7.APRIL 8°
8.APRIL 10°

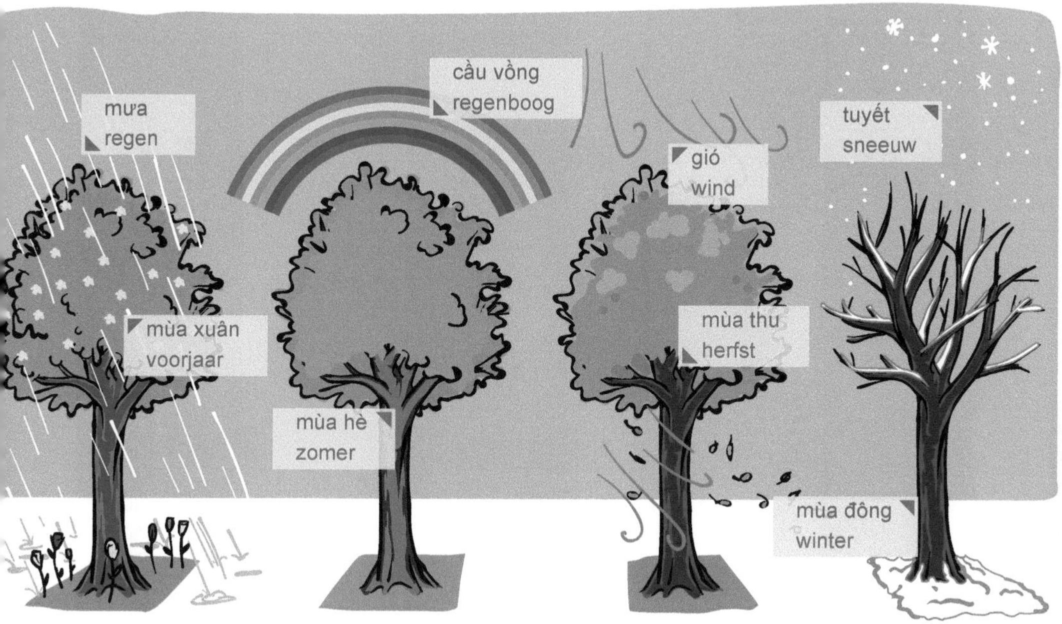

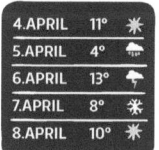

dự báo thời tiết

weerbericht

F C
120 90 60 30 0 -30
40 30 20 10 0 -10 -20

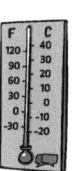

nhiệt kế

thermometer

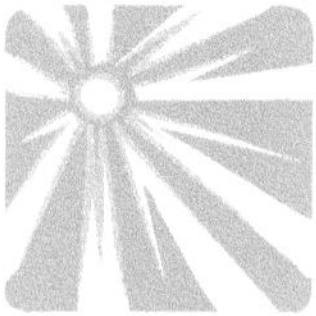

ánh nắng

zonneschijn

mây

wolk

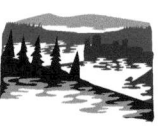

sương mù

mist

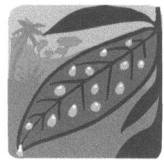

độ ẩm không khí

luchtvochtigheid

tia chớp

bliksem

sấm sét

donder

cơn bão

storm

mưa đá

hagel

gió mùa

moesson

lũ lụt

overstroming

nước đá

ijs

tháng Một

januari

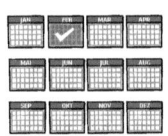

tháng Hai

februari

tháng Ba

maart

tháng Tư

april

tháng Năm

mei

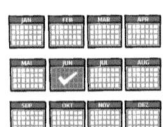

tháng Sáu

juni

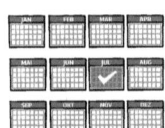

tháng Bảy

juli

tháng Tám

augustus

tháng Chín

september

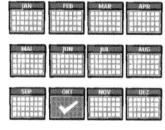

tháng Mười

oktober

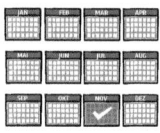

tháng Mười Một

november

tháng Mười Hai

december

hình dạng
vormen

hình tròn

cirkel

hình vuông

vierkant

hình chữ nhật

rechthoek

hình tam giác

driehoek

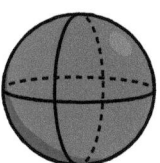

hình cầu

bol

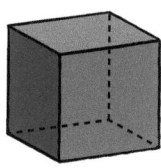

khối vuông

kubus

màu trắng

wit

màu vàng

geel

màu cam

oranje

màu hồng

roze

màu đỏ

rood

màu tím

paars

màu xanh dương

blauw

màu xanh lá cây

groen

màu nâu

bruin

màu xám

grijs

màu đen

zwart

nhiều / ít

veel / weinig

tức tối / điềm tĩnh

boos / rustig

xinh đẹp / xấu xí

mooi / lelijk

bắt đầu / kết thúc

begin / einde

to / nhỏ

groot / klein

sáng / tối

licht / donker

anh (em) trai / chị (em) gái

broer / zus

sạch / bẩn

schoon / vies

đủ / thiếu

volledig / onvolledig

ngày / đêm

dag/ nacht

chết / sống

dood / levend

rộng / chật hẹp

breed / smal

ăn được / không ăn được

eetbaar / oneetbaar

ác / tử tế

gemeen / aardig

hào hứng / chán nản

opgewonden / verveeld

béo / gầy

dik / dun

đầu tiên / cuối cùng

eerste / laatste

bạn / thù

vriend / vijand

đầy / rỗng

vol / leeg

cứng / mềm

hard / zacht

nặng / nhẹ

zwaar / licht

đói / khát

honger / dorst

bệnh / khỏe mạnh

ziek / gezond

bất hợp pháp / hợp pháp

illegaal / legaal

thông minh / ngu

intelligent / dom

trái / phải

links / rechts

gần / xa

dichtbij / ver

đối lập - tegenstellingen

mới / cũ

nieuw / gebruikt

không có gì cả / có cái gì đó

niets / iets

già / trẻ

oud / jong

bật / tắc

aan / uit

mở / đóng

open / gesloten

im lặng / ồn ào

zacht / luid

giàu / nghèo

rijk / arm

đúng / sai

goed / fout

sần sùi / mịn màng

ruw / glad

buồn / vui

verdrietig / gelukkig

ngắn / dài

kort / lang

chậm / nhanh

langzaam / snel

ẩm ướt / khô ráo

nat / droog

ấm áp / mát mẻ

warm / koel

chiến tranh / hòa bình

oorlog / vrede

đối lập - tegenstellingen

0

số không
nul

1

một
één

2

hai
twee

3

ba
drie

4

bốn
vier

5

năm
vijf

6

sáu
zes

7

bảy
zeven

8

tám
acht

9

chín
negen

10

mười
tien

11

mười một
elf

12
mười hai

twaalf

13
mười ba

dertien

14
mười bốn

veertien

15
mười lăm

vijftien

16
mười sáu

zestien

17
mười bảy

zeventien

18
mười tám

achttien

19
mười chín

negentien

20
hai mươi

twintig

100
một trăm

honderd

1.000
một ngàn

duizend

1.000.000
một triệu

miljoen

con số - getallen

tiếng Anh

Engels

tiếng Anh Mỹ

Amerikaans Engels

tiếng Quan Thoại

Chinees Mandarijn

tiếng Hin-di

Hindi

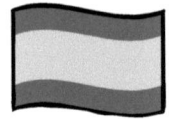

tiếng Tây Ban Nha

Spaans

tiếng Pháp

Frans

tiếng Ả-rập

Arabisch

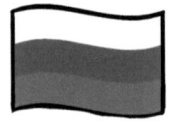

tiếng Nga

Russisch

tiếng Bồ Đào Nha

Portugees

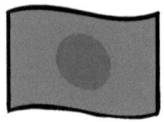

tiếng Bengal

Bengalees

tiếng Đức

Duits

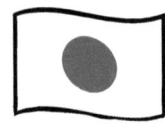

tiếng Nhật

Japans

tôi
ik

bạn
jij

anh ta / cô ta / nó
hij / zij / het

chúng tôi
wij

các bạn
jullie

họ
zij

ai?
wie?

cái gì?
wat?

như thế nào?
hoe?

ở đâu?
waar?

lúc nào?
wanneer?

tên
naam

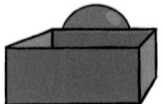

phía sau

achter

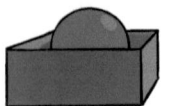

ở trong

in

phía trước

voor

phía trên

boven

ở trên

op

ở dưới

onder

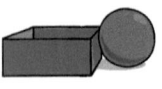

bên cạnh

naast

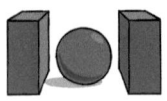

ở giữa

tussen

chỗ

plaats